एक नवा इतिहास

(जगातील घडामोडीतून शिकण्यासारखा तुमचा देखील एक इतिहास आहे ज्याला अनुभवा द्वारे तुम्हीदेखील पार करू शकता.)

D9900245

लेखक श्रेयस घाडगे यांचा परिचय

श्रेयस घाडगे वय 22 वर्षे ज्यांनी नुकताच आता आपलं सिविल इंजीनियरिंगच शिक्षण (YCCE COLLEGE OF ENGINEEGING) या विद्यापीठातून पूर्ण केल. यांच्या लिखाणाचा प्रवास हा लहानपणापासूनच सुरू झाला. ज्यांना प्रत्येक क्षेत्रात शब्दांत द्वारे कसल्या प्रकारे व्यक्त करता येईल याची प्रेरणा आणि अनुभव अगदी लहान वयातच प्राप्त झाला.

ज्या कारणास्तव ते संपूर्ण गोष्टींना भावनेद्वारे मांडण्यात सक्षम बनले. त्यामुळे एकदा तरी त्यांच्या पुस्तकाचा आनंद प्रत्येक व्यक्तीने घेतला पाहिजे. कारण एवढ्या लहान वयात आत्ताच्या पिढीतील विद्यार्थ्याला जर गोष्टींची पारख चांगल्या प्रकारे झाली असेल तर नक्कीच त्यात काहीतरी विशेष विषय मांडण्यात आले असेल.

निर्दोषांक

प्रस्तावना

सर्वप्रथम माहिती नसेल तर सांगण्यात येतं की आज 2020 नंतर जणू प्रत्येक देशाने एका नवीन रूपात स्वतःला एक सुरुवात केली आहे. कारण 2020 म्हणजे प्रत्येक देशातील नागरिकांसाठी एक नवीन जन्मच होता. तो जन्म साधा सरळ नाही तर बहुतांश गोष्टी शिकवून गेला. त्यात बऱ्याच लोकांचं नुकसान अजून देखील फेडून व्हायचं आहे. परंतु असं म्हणतात की प्रत्येक गोष्टीचा एकदा तरी अनुभव घेतला पाहिजे जेणेकरून तुमच्यासाठी तो एक शिकवण बनवून भवितव्यासाठी आणि येणाऱ्या घडामोडींकरिता अत्यंत कायदेशीर आणि

एक महत्त्वाचा धडा बनवून राहतो. परंतु बऱ्याचशा अशा गोष्टी आहे ज्या व्यक्तींना 2020 नंतर नव्याने गोष्टींना सुरुवात करावी लागत आहे त्यामागचं मुळात एक कारण निघून येते ते म्हणजे त्यांच्यासोबत झालेल्या नुकसानाची भरपाई. असा एकही व्यक्ती नाही ज्याचा 2020 नंतर नवीन जन्म झालेला नसेल प्रत्येक व्यक्तीच्या जीवनातील आराखडा कुठेतरी नवीन रूपाने बदल घेऊन त्यात प्रगती करण्याकरिता त्यांना आपले पाऊल काही विशिष्ट दृष्टिकोन आणि सामोर टाकण्याची वेळ आलेली आहे. बऱ्याचशा देशांचं जर वर्णन करतो म्हटलं तर बहुतांश देशांनी प्रगती सोबतच काही अशा गोष्टींना देखील बघितलं ज्यांना त्यांनी कधी बघितलं

नव्हतं. परंतु सांगण्याचं एक तात्पर्य असे निघते की तुमचे भूतकाळातील निर्णय कुठेतरी भविष्यात फायद्याचे ठरतात. काही ठिकाणी असे देखील बघायला मिळालेला आहे की नुकसान म्हणजे पूर्णपणे नुकसानच; तर काही ठिकाणी एक समाधान जे भूतकाळात केलेल्या तुमच्या मेहनतीच ते फळ; व्यक्तींचे नुकसान तर बघणे म्हणजे काही नवीन राहिलेलं नाही आहे परंतु देशांचं नुकसान म्हणजे प्रश्नार्थक चिन्ह सामोर येईपर्यंत प्रश्न निर्माण होतात. ज्याची उत्तर नागरिक ही सरकारला मागतात परंतु सरकारकडे पण त्यांची उचित उत्तरे त्यांना देता येत नाही आहे. सगळ्यांना जर ठाऊक असेल तर जेव्हा शालेय शिक्षण घेत असताना

बऱ्याच लोकांना एक विषय असायचा तो म्हणजे इतिहास. या विषयाचं खरा अर्थ आणि याचं खरं महत्त्व हे शालेय शिक्षण आटपल्यानंतरच कळते. परंतु मुळात इतिहासात आपण काय गोष्टी शिकलो यापेक्षा देखील महत्त्वाच आहे. ते म्हणजे इतिहासात घडलेल्या काही घडामोडी ज्यांचं निष्कर्ष इतिहासाच्या बऱ्याच पाठ्यपुस्तकाद्वारे सांगण्यात आलेल आहे. अनेक शेवटचा संदेश इतिहासाचे पुस्तक सांगते की ज्या चुका भूतकाळात घडल्या त्यांना तुम्ही भविष्यात करू नका. त्या चुकांमधून तुम्ही धडे घेऊन तुमच्या जीवनात समोरच्या व्यक्तीच निवेदन असं करण्यात आलं पाहिजे की जुना इतिहास वारंवार

पाठ्यपुस्तकात देऊन येणाऱ्या पिढ्या त्यांच्याकडे दुर्लक्ष करतात. त्यापेक्षा जर नवा इतिहास जो घडत आहे त्यांची माहिती विविध विद्यार्थ्यांना दिली तर कदाचित होणाऱ्या चुका ज्या मोठ्या पातळीवरती पोहोचलेले आहे त्या कुठेतरी कमीत कमी होण्याची शक्यता वाढेल. कारण जेवढी जास्त व्यक्तीची प्रगती होते तेवढ्या जास्त आणि तेवढ्या मोठ्या पातळीच्या चुका करण्याची शक्यता मोठ्या प्रमाणात असते त्यामुळे त्याच्या चुका लक्षात आणून देण्याकरिता त्याला बऱ्याचदा इतिहास समजावा लागतो. आणि असे देखील म्हणता येत नाही की आपल्या देशाचा इतिहास त्याला माहिती असणे महत्त्वाचे आहे. तर

संपूर्ण जगाचा इतिहास जर त्याला साध्या भाषेत विविध घटकांच्या मदतीने जर समजून सांगितला तर कदाचित त्याला नेमकं कळेल की जग कसल्या दृष्टिकोनाने वागवल्या जात आहे.हे पुस्तक लिहिण्यामागे महत्त्वाचे कारणच ते आहे की विविध लोकांना याबद्दल माहिती असायला पाहिजे की जगात नेमकं काय सुरू आहे. त्यामुळे लोकांनी दुसऱ्यांच्या आयुष्यात काय सुरू आहे हे माहिती करून घेण्यापेक्षा काही वेळ आपल्या जगाला देऊन बघायला पाहिजे की नेमकं जगात कसल्या प्रकारच्या घडामोडी घडत आहे तिथल्या इतिहासात आणि जुन्या इतिहासात किती मोठ्या प्रमाणात फरक आढळून येत आहे. खरे तर वास्तविक बघता जर मनोगत

मांडतो म्हटलं तर आणखी एक महत्त्वाचं एक निष्कर्ष निघून येतं ते म्हणजे 2020 मध्ये संपूर्ण जगाला घरातच राहण्याची वेळ आली यामागे देखील एक इतिहासच आहे जो इतिहास संपूर्ण जगा करिता एक महत्त्वाचा धडा बनवून गेला होता. ज्या कारणामुळे 2020 मध्ये संपूर्ण जगावरती जी वेळ आली होती फक्त आणि फक्त घरात राहण्याची. त्यामागे फक्त देशातल्या घडामोडींमुळे झालेलं कारण नसून दुसऱ्या देशाच्या घडामोडींमुळे झालेली एक हालचाल आहे ज्याचे परिणाम संपूर्ण जगाला सोसावे लागले. वास्तविक बघितलं तर बहुतांश लोकांचा ओढा हा फक्त आणि फक्त स्वतःच्या ताणतणावातच मांडला जातो परंतु हा विचार

कोणी करत नाही की हा ताण तणाव ज्या गोष्टींमुळे आपल्याला मिळत आहे त्या गोष्टींना कसल्या प्रकारे कमी करता येईल. अशी एक म्हण देखील आहे ती म्हणजे की लोकांना दुसऱ्यांच्या ताटात नेहमी जास्त अन्न दिसते आणि स्वतःच्या ताटात नेहमी कमी. याकरिता फक्त आणि फक्त स्वतःच्या देशाबद्दलच लोकांना काय म्हणून तर गर्व असला तरी देखील नेहमी दुसऱ्यांच्या देशातील होणाऱ्या चांगल्या गोष्टींना आपल्या देशाच्या संस्कृतीपेक्षा पण चांगले आहे असे म्हणताना कुठेतरी लाज वाटायला पाहिजे. कारण जोपर्यंत जी गोष्ट आपण स्वतःच्या डोळ्यांनी बघून त्याला स्वतः अनुभवात नाही तोपर्यंत त्या गोष्टीत किती

आनंद आहे आणि किती दुःख आहे हे मांडणं अत्यंत कठीण असते. त्यामुळे पांढरी दिसणारी प्रत्येक गोष्ट साखरच असते असे मुळीच नाही कधी बरोबर बघण्यात आली नाही तर ती नीट देखील असू शकते आणि दोन्ही गोष्टींच्या चवीला खूप फरक असतो. त्यामुळे प्रत्येक गोष्टीची एक विशिष्ट माहिती असणे अत्यंत महत्त्वाचा असते त्या माहिती करिता संपूर्ण गोष्टीला जोपर्यंत तुम्ही निरखून समजून घेत नाही तोपर्यंत त्या गोष्टीचा निष्कर्ष काढणे देखील तेवढेच कठीण असते. यात सर्वात महत्त्वाचा मुद्दा असतो तो म्हणजे की मत. प्रत्येक व्यक्तीचं प्रत्येक विषयावरती विशिष्ट प्रकारे मत बनू शकते त्यामुळे जे मत तुमचा असेल तेच मत

समोरच्या व्यक्तीचा पण असेल असे मुळीच नाही आहे. आणि निष्कर्ष काढणारा व्यक्ती नेहमी स्वतःच्या फायद्याला काय गोष्टी पटतात यानुसारच ते निष्कर्ष काढतात. त्यामुळे यातील धडे तुम्हाला सांगण्यात येतो की बाहेर देशात कसल्या प्रकारच्या घडामोडी घडत आहे कसल्या प्रकारचे ताणतणाव त्यांना बघायला मिळत आहे जेणेकरून निष्कर्ष तर दूर त्यांना सूर्य उगवल्यानंतर नेमकं कसल्या गोष्टींना बोलायचं आहे याचा देखील बहुतांश वेळेस त्यांना अंदाज देखील येत नाही. त्यामुळे त्या गोष्टींची माहिती प्रत्येक व्यक्तीला असणे अत्यंत गरजेचे आहे. जी माहिती तुम्हाला

भविष्यात कुठे ना कुठे संबोधित करेल की अशा देखील गोष्टींना जगाने बघितलेल आहे.

धडा -१ तालिबानने अफगाणिस्तान वर केलेली आपली पकड

तर सर्वप्रथम जर गोष्ट करतो म्हटलं तर 2021 मधली गोष्ट आहे. संपूर्ण इतिहासात असा पहिल्यांदा पाहायला मिळालं, ती गोष्ट म्हणजे अफगाणिस्तान वरती झालेली एक दुर्घटना; मुळात बघतो म्हटलं तर यात दोष कोणाला द्यायचा हे देखील कळत नाही. वास्तविक बघता अफगाणिस्तानने देखील याबद्दल कधी कल्पना केली नसेल की त्यांना अशा घटनेला देखील बघावे लागेल. मुळात सर्वात महत्त्वाचं असते ती म्हणजे व्यक्तींवरती येणारी एक परिस्थिती.कुठली परिस्थिती येण्यामागे तुमच्या काही

हालचाली असतात त्यानुसार ती परिस्थिती जन्म घेते. परंतु 2021 मध्ये अफगाणिस्तान या देशावरती झालेलं तालिबानची एक वाढ ही कुठल्याही हालचालीमुळे झाली अशी म्हणता येणार नाही. परंतु त्याचे परिणाम खूप मोठ्या प्रमाणात अफगाणिस्तानला भोगावे लागले.

जर थोडक्यात सांगायचं म्हटलं तर "तालिबान" या शब्दाचा खरा अर्थ असा म्हटले जाते की विद्यार्थी असतो. ज्यांनी १९९६ मधे बनवलेली एक संघटना आहे. ज्यांनी विविध ठिकाणी राहून आपल्या संघटनेला एक आकार दिला. आणि एवढेच नाही तर त्यांचे विद्यार्थी आणि त्यांची संघटना ही दिवसेंदिवस वाढत होती त्यात बरेच लोक

सहभागी होऊन त्यांच्या मोहिमेवरती लागली होती. त्यामागे भरपूर गोष्टींचा हेतू होता ज्यांच्या करिता ते आपले मोहीम चालवत होते. ज्याकरिता जातीवाद, त्यांचे हक्क अशा बऱ्याच गोष्टींना त्यांनी मांडण्याचा धैर्य ठेवला. आणि एवढेच नाही तर त्यांना विशिष्ट प्रकारे बाहेरील काही देशांकडून देखील साथ मिळत होती. जेणेकरून त्यांना संघटनेला मोठ्या प्रमाणात मदत होत होती ज्याची तीव्रता दिवसेंदिवस वाढत होती. मदत फक्त आणि फक्त पैसे आणि हिमतीचीच नव्हती तर त्यांना बाहेरील देशांकडून एका मार्गदर्शनच्या रूपात देखील मनोबल वाढण्यास आणि काही पुस्तकांद्वारे त्यांचे मनोगत व्यक्त करण्याकरिता आणि प्रवृत्त करण्याकरिता

देखील मदत होत होती.परंतु सुरुवातीला बघितलं तर तालिबाने काही कामे अशी देखील केली होती ज्याला बघून सगळेजण त्यांच्या सकारात्मक दृष्टिकोनाकडे लक्ष देऊन त्यांच्यातला चांगुलपणा लोकांना दिसत होता. म्हणजेच उदाहरणार्थ द्यायचा असल्यास बऱ्याचश्या ठिकाणी युद्ध थांबण्यात आले होते आणि प्रसन्नच वातावरण निर्माण झालं होतं. तोपर्यंत सगळं व्यवस्थित सुरू होतं.परंतु हळूहळू काही दिवसांनी तालिबान चा खरा रंग अफगाणिस्तानला दिसायला लागला. आणि दिसायला लागल्यानंतर त्यांना भावनेद्वारे देखील त्या गोष्टींचा अंदाज बसत होता. तालिबानने अफगाणिस्तान मध्ये काही अशा

गोष्टींचा विरोध केला ज्यांच्या वरती बंदी घालण्यात आली ऐकल्यावर ती देखील अंगावरती शहारे येतात. जसे अफगाणिस्तान वरती बंदी घालण्यात आली होती गाणी ऐकण्यात, टीव्ही बघण्यात, दहा वर्षापेक्षा जास्त मुलींना शिक्षण देण्यात, चित्र काढण्यात, आणि एवढेच नव्हे तर पुरुषांना दाढी कापण्यात. अशा विचित्र गोष्टींना ऐकल्यावरती हा विचार बहुतांश लोकांना येतो की या सगळ्या गोष्टी वरती लोकांचं जगणं नसल्याप्रमाणे आहे. या सगळ्या मनोरंजनाच्या गोष्टी अशा आहे की ज्यांना एक मिनिट सुद्धा त्यांच्या शिवाय राहू शकत नाही ते पण 2020 नंतरच्या काळात. त्यात या सगळ्या गोष्टींवर ती बंदी येणे म्हणजे किती

मोठं ताणतणावच बहुतांश लोकांना हा देखील विचार आला असेल की जगायचं तर कसं जगायचं?विशिष्ट प्रकारची खेळ, इंटरनेट, काही सरकारी संघटना,व विदेशी लोक या सगळ्या गोष्टींवरती तालिबानने अफगाणिस्तान वरती बंदी आणलेली होती. असे म्हणता येईल की मुळात पक्ष्यांना फक्त आणि फक्त आपल्या घरट्यात राहा या घरट्यातून बाहेर निघण्याचा प्रयत्न करू नका असा आदेश दिला आहे. अशा हालचालींवरून तालिबानला कसल्या दृष्टिकोनाने बघाल हा प्रश्न संपूर्ण लोकांना येतो याकरिता बाहेरील देशातील लोक तालिबानला नकारात्मक नजरेने बघतात. मुळात काही चित्र असे देखील घडले होते

जेव्हा लोक त्या देशातून पळण्याचा प्रयत्न करत होते कारण अशा बंदींना ऐकल्यानंतरच जगण्याचा विचार येत नाही मग त्यांना पाळण म्हणजे जगूनही न जगण्यासारखा आहे. खरे तर त्या लोकांची मनस्थिती आपण समजू शकत नाही त्या मनस्थितीबद्दल आपण कल्पना पण करू शकत नाही की कसल्या मनस्थितीत अफगाणिस्तान स्वतःला सोसत होता.सध्याच्या पातळीवरती तालिबांकडे 85000 सैनिक असून त्यांची सत्ता हळूहळू पूर्ण अफगाणिस्तान वरती पकड बनविण्यात यशस्वी ठरली होती. एवढेच नाही तर अमेरिकेचे प्रेसिडेंट जो बईडन यांनी त्यांच्या एका भाषणात सांगितले होते की आम्ही

तालिबानला पूर्णपणे विश्वास तर देत नाही परंतु आमची सैनिक शक्ती ही 85000 यांना लढत देण्याची ताकद ठेवते. म्हणजे सध्याच्या काळात जर सांगायचं असल्यास 80 ते 90% ची सरासरी जर काढली तर संपूर्ण अफगाणिस्तान मध्ये सध्या तालिबान च राज असल्यासारखा आहे. त्यामुळे जर एक व्यवस्थित दृष्टिकोनाने जर विचार केला तर तालिबान कडे जर आणखी मोठ्या प्रमाणात त्यांना सैनिकी क्षमता मिळाली तर बाकी देशांना देखील याचा त्रास होऊ शकतो. कुठेतरी शांतता भंग होण्याची शक्यता मोठ्या प्रमाणात दिसत आहे. म्हणजे शक्यतो ज्या देशाचा जो खरा मुद्दा आहे त्यांच्यासोबत बाकी देशांना देखील या प्रश्नाला लक्षात ठेवावे

लागेल कारण उद्याला याचे उत्तर शोधण्याकरिता तितका वेळ राहणार नाही. कारण आपापसात बहुतांश देशांसोबत देशांची ही चांगल्या व मोठ्या पातळीवरती देवाणघेवाण सुरू असते त्यामुळे हा प्रश्न देखील प्रत्येक देशाकरिता महत्त्वाचा ठरेल. कारण सहज लक्षात येण्यासारखी गोष्ट आहे जर संपूर्ण अफगाणिस्तान वरती राज्य येत असेल तर आपोआप अफगाणिस्तानची सरकार ही नष्ट होण्याच्या मार्गावरती आहे. आणि अफगाणिस्तानी जनता त्या सगळ्या चक्रात कुठेतरी फसलेली आहे.

या नवीन जन्म घेतलेल्या इतिहासाने म्हणजेच तालिबानी रचलेल्या या घडामोडीत अफगाणिस्तानला ज्या गोष्टी सोसाव्या

लागल्या त्यांच्यासोबतच हा धडा प्रत्येक देशाकरिता एक महत्त्वाचा विषय ठरतो. यावरून कळते की परिस्थिती ही कधीही सांगून येत नाही. परंतु प्रत्येक मनुष्याची एक मनस्थिती बनलेली आहे सरकार वरती बोट उचलण्याची. सरकारने किती ही सवलती उपलब्ध करून दिल्या तरी देखील प्रत्येक व्यक्तीचा त्याबद्दल नकारात्मक उत्तरच असते. आणि दुसऱ्या देशांची प्रशंसा सुरू असते. या तालिबानच्या रचलेल्या घडामोडींवरून एक शिकवण मिळते आणि एका गोष्टीची माहिती देखील मिळते. की जर सुरुवातीला फुल हे चांगलं दिसलं तरी देखील कुठेतरी फुलाच्या झाडाला काटे देखील असतात. आणि राहिली गोष्ट शांत भंग

करण्याची तर त्यासाठी कारणे शोधायची गरज नसते ते आपोआप निर्माण करू शकतात. कारण मनुष्याला शांत निर्णयाची गरज नसते. परंतु कुठल्याही गोष्टीला वाढवण्याकरिता जो नकारात्मक दृष्टिकोन व कारणे हवे असतात ते त्याच्याकडे चांगल्या मार्फत उपलब्ध असतात. त्यामुळे जर तुम्ही जगात कुठल्याही क्षेत्रात कार्यरत असेल तर यावरून कळते की समोरच्याच्या गोष्टींना स्वीकारणे शिका.काही गोष्टींना तुमच्या मनोगतानुसार नम्रपणे मांडण्याचा प्रयत्न करा. कारण प्रत्येक विषयाला शेवटच्या टोकावर ती येऊन निर्णय घेणे नेहमी चुकीचे ठरते. आणि मुळात जेव्हा कोणती गोष्ट पटत नसेल तर त्या मागील महत्त्वाचं कारण काय

हे देखील माहिती असणे तितकं महत्त्वाचं आहे त्या गोष्टीबद्दल तेवढी खालच्या पातळीवरची माहिती असणे देखील तेवढेच महत्त्वाच आहे.आणि या सोबतच आणखी एक महत्त्वाचा मुद्दा निघून येतो तो असा की कुठल्याही व्यक्तीशी जेव्हा ओळख होते तेव्हा जातीयवादी होणे गरजेचे नाही. कुठल्याही व्यक्तीशी बोलताना त्याच्या जातीला लक्षात घेऊन त्याच्या मानसन्मानात भेदभाव करणे अत्यंत चुकीची गोष्ट आहे.कारण या भावनेने जगणे म्हणजे विचारसरणी अत्यंत खालच्या दर्जाला टेकलेली आहे हे तर स्पष्ट होते. परंतु कुठेतरी प्रसन्नच वातावरण भांग करण्याची शक्यता देखील तेवढ्या मोठ्या प्रमाणात वाढायला लागते. आणि मनुष्याची मनस्थिती

ही काही कालांतराने शांततेला विसरून अहिंसेच्या मार्गाने जन्म घ्यायला फारसा वेळ घेत नाही त्यामुळे कुणाच्या पण शांततेचा गैरवापर करू नये. आपल्या अवतीभवती असणारे लोक यांच्याशी जर चांगलं वातावरण हवा असेल तर नम्रतेने राहणे आणि समान दर्जाने लोकांना मान देणे हे अत्यंत महत्त्वाचा आहे कुठे कुठे त्या गोष्टी पूर्णपणे व्यक्त करणे कठीण होते कारण मनुष्यावरती त्या प्रकारची परिस्थिती येते, किती पूर्ण होऊ शकत नाही. परंतु नेहमी प्रयत्न असला पाहिजे की प्रसन्नतेद्वारे व्यक्तींना मानसन्मान दिला पाहिजे. जगातील हा नवा इतिहास तुमच्या भविष्याला बदलण्याकरिता

घडलेला आहे असं समजून त्यापासून काही शिकवण घेतली पाहिजे.

धडा २- युक्रीन आणि रशिया यांच्यातली लढत

तर 2022 सुरुवातीलाच काही अशा गोष्टींना देखील बघायला मिळालं ते म्हणजे की युक्रीन व रशिया या दोन देशातील झालेल्या लढाईत काही अशा घटकांना बघायला मिळालं ज्याची कल्पना केल्यावर ती देखील कशा प्रकारची प्रतिक्रिया देणे उचित ठरेल हे सांगता येणार नाही. खरे तर आताच्या परिस्थितीत कुठलाही देश कुठल्याही प्रकारची लढाई व्हावी असा विचार करत नाही कारण तितके समजदार लोकं आता झालेले आहे लोकांना कळला आहे की लढाई

करून कोणत्याही देशाचं व तसेच कुठल्याही गोष्टीचा निष्कर्ष निघत नाही फक्त आणि फक्त जीव गमावल्या जातो आणि शांततेचा वातावरण हे कुठेतरी ताणतणावात रूपांतर होऊन भविष्यात देखील त्याचे परिणाम भोगावे लागतात. परंतु तरीदेखील या गोष्टीचा विश्वास बसत नाही की 2022 मध्ये या दोन देशांमध्ये एका युद्धाची प्रतिक्रिया मोठ्या प्रमाणात मांडण्यात आली. एवढेच नव्हे तर जर या युद्धात काही दुसरे देश देखील सहभागी झाले असते तर कदाचित परिस्थिती आणखी बनलेली असती. कारण या शब्दापासूनच चिंता सुरू होते तो शब्द म्हणजे "युद्ध". मुळात सांगायचं म्हटलं तर कुठलाही युद्धाने कुठल्याही प्रकारचा

सकारात्मक निकाल कधीच मिळालेला नसतो. तरीदेखील मनुष्याचा राग हा एक ना एक दिवस त्याला याकरिता प्रेरित करतो. परंतु अंत हा नेहमी त्याचा शेवट असतो. परंतु महत्त्वाचा मुद्दा हा आहे की या युद्धेला आकार कशाप्रकारे मिळाला.तर याकरिता देखील जुना इतिहास कारणीभूत ठरतो. याकरिता तुमच्या हालचाली आज घडणाऱ्या घडामोडी तुम्हाला कधी ना कधी त्यातील एक दुसरं उत्तर भविष्यात देते आणि तीच उत्तर युक्रेंनी भूतकाळात केलेल्या गोष्टींना रशियाने सांगण्याचा प्रयत्न केला. खरे तर इथे देखील या युद्धामध्ये बहुतांश देशांचं दुर दुर पर्यंत संबंध देखील येत नाही असे साध्या जनतेला वाटते. परंतु एक गोष्ट लोकांना लक्षात येत

नाही की ज्या देशात तुम्ही राहता त्या देशातील कुठल्या ना कुठल्या आर्थिक बाबतीत देशांसोबत देवाण-घेवाण सुरू असते. आणि अशा युद्धेच्या काळात वातावरण जेव्हा बिघडते तेव्हा आर्थिक परिस्थिती देशाची ढासळल्यानंतर त्याच गोष्टींचा परिणाम काही दिवसानंतर आपल्या स्वतःच्या देशावर ती देखील दिसायला लागतो.काही आर्थिक परिस्थिती सहजासहजी खाली येणे म्हणजे नेहमी सरकार दोषी असते असे नाही काही बाहेर देशातील होणाऱ्या या गोष्टींमुळे देखील या सगळ्या गोष्टींना एक विशिष्ट प्रकारे परिणामकारक गोष्टींना अनुभवायला मिळते.

तर या दोन देशातील झालेल्या लढाईमध्ये संपूर्ण इतिहासात जाण्याची गरज मुळीच नाही. हे युद्ध होण्यामागील काही प्रस्तावना अशी करण्यात आलेली आहे कीरशिया हा एक खूप मोठा देश आहे परंतु तो देश काही टप्प्यानुसार बनलेला आहे याचा इतिहास 2008 पासून सुरुवात झालेला आहे आजूबाजूच्या देशांना त्यांनी स्वतःच्या संपुष्टात आणले. परंतु सहजासहजी संपुष्टात आणले असे म्हणता येणार नाही असे देखील म्हणता येऊ शकते की त्यांना संपुष्टात आणायचाच होतं. आणि हे आजूबाजूचे देश संपुष्टात आणून दिवसेंदिवस त्यांची व्यथा ही आणखी मजबूत होत होती.आणि हळूहळू जर त्यांनी आपली मोहीम मोठ्या प्रमाणात

मांडण्याचा प्रयत्न केला असता तर रशियाकडे सैनिक शक्ती मोठ्या प्रमाणात उपलब्ध होतील त्यामुळे त्यांच्या करिता फक्त आणि फक्त मोहिमेच्या आधारावरती देखील या गोष्टींना आकार देणे अत्यंत सोप्यापणे झालं असतं. आणि राहिला प्रश्न युक्रीनचा तर त्यांच्याकडे रशिया सोबत युद्ध करण्यात की शक्ती कुठल्याही मार्फत उपलब्ध नव्हती. आणि या विषयावरती बऱ्याच ठिकाणी प्रत्येक व्यक्तीने आपले मनोगत व्यक्त केलेले आहे. आणि काही लोकांचं असं देखील मनोगत आहे की रशियाने बाकी देशांना याकरिता संबोधित केलं होतं की जर दुसरे देश हे युक्रीनला साथ देणार नाही असे धमकावले देखील होते. या संपूर्ण लढाईत

सर्वात चिंताग्रस्त झालेले लोक होते ते म्हणजे ते परिवार ज्यांचे स्वतःची मुलं युक्रीनमध्ये शिक्षणाकरिता गेले होते. या देशांच्या युद्धात काही विद्यार्थ्यांचा देखील बळी गेला होता. काय या दिवसासाठीच त्यांच्या परिवाराने त्यांना शिक्षणाकरिता पाठविला होत? काय मनस्थिती होती त्यांच्या परिवारांची जेव्हा त्यांना माहिती पडतं की त्यांचा मुलगा हा तिथल्या लढाईत मारला गेला? असे बरेच प्रश्न त्यावेळी निर्माण झाले होते ज्यांचे उत्तर त्यांना मिळाले तर नाहीच परंतु त्यांच्या भावना देखील समजून घेण्याकरिता कोणाला वेळ नव्हता. काही युक्रींचे नागरिक देखील या लढाईत सहभागी झाले होते ज्या त्यांना विचारलं होतं तेव्हा त्यांनी आपल्या

वाक्यानुसार सांगितलं की कधी ना कधी तर मरायचंच आहे त्यामुळे लढाई करून जीव देऊया.खरे तर सर्वात मोठा शत्रू मनुष्याचा सदन परिस्थितीपेक्षा त्याचा घमंड असतो. देशांच्या भवितव्याचा विचार न करता जेव्हा ठरविलेला आहे की युद्ध करायचं आहे आणि देशाला संपुष्टात आणायचं आहे तेव्हा नुकसान त्यांच्या देशासोबतच काही अशा परिवारांचे होते ज्यांचा भविष्यात गेल्यानंतर देखील ते दुःख कमी होत नाही आठवल्यानंतर त्यांच्या आयुष्यातल्या खराब आठवणी म्हणून त्या राहतात. हे युद्ध बरेच दिवस चालले. ज्याचा विचार बऱ्याच देशांनी स्वतः देखील केला. एवढेच नव्हे तर काही देशांनी रशियाला याकरिता समजविण्याचा

प्रयत्न देखील केला काही देशांनी त्यांच्यासोबत चा देवाणघेवाण करण्याचा विरोध देखील केला परंतु तरीदेखील वातावरण शांत होण्याकरिता वेळ लागत होता.बहुतांश लोकांना अजून देखील हा प्रश्न पडत असेल की या दोन देशात झालेल्या युद्धात बाकी देशांना काय नुकसान आहे? तर सर्वात मोठे नुकसान होतं ते म्हणजे ऑइल आणि गॅस सप्लाय च जे 13% पेक्षा जास्त हे रशिया देशाकडे उपलब्ध होतं ज्याची देवाण-घेवाण बाहेर देशांसोबत होत होती. आणि संपूर्ण देशात जेव्हा महागाई वाढते तेव्हा सर्वात जास्त गॅस आणि पेट्रोल आणि वाहतूक या गोष्टीमुळे वाढते आणि एकदाच वाहतूक महाग झालं तर नक्कीच

महागाईला मोठ्या स्वरूपात व्हायला फारसा वेळ लागत नाही.तर या युद्धामुळे एक गोष्ट शिकायला मिळते. ज्याप्रमाणे युक्रीनला कुठल्याही देशाकडनं लढाईत मदत मिळू शकली नाही तेव्हा युक्रींनचे नागरिक स्वतः लढाई सामील होत होते.म्हणजेच जेव्हा कोणी तुमच्या मदतीला नसेल तेव्हा तुम्ही स्वतः तुमच्या लढाईला सोबत दिली पाहिजे. वास्तविक बघता परिस्थितीच तुम्हाला मार्ग दाखविते. परंतु एक सर्वात आणि खंत वाटण्यासारखी गोष्ट येते जे बाहेर देशातून शिक्षणाकरिता त्या देशात प्रवेश घेते आणि जेव्हा कळते की युद्धात आपल्या परिवारातील एक व्यक्ती मारल्या गेला. या गोष्टीची कुठल्याही प्रकारे भरपाई करू

शकत नाही त्या गोष्टीचा दुःख कुठल्याही प्रकारे कमी होऊ शकत नाही. त्यामुळे या परिस्थितीबद्दल शब्दाद्वारे व्यक्त देखील करता येत नाही.आणखी एक महत्त्वाचं निवेदन हे येत की कुठल्याही गोष्टींना जेव्हा तुमच्या द्वारे आकार द्यायची वेळेत तेव्हा त्यांना आकार देण्याकरिता तुम्हाला काही अशा गोष्टींना पसरवावा लागतो अशा काल्पनिक घटकांचा आणि काल्पनिक गोष्टींचा निर्माण करावा लागतो ज्याने की त्या गोष्टींना खरं वाटेल आणि त्या गोष्टींमुळे जो भडकाव मोठ्या प्रमाणात करता येईल काही गोष्टी या युद्धात अशा देखील घडल्याच असतील. ज्यामुळे युद्धात मोठ्या प्रमाणात वाढ झाली पाहिजे. काही गोष्टींना

डोळ्यासमोर अशाप्रकारे दाखवल्या गेल्या असेल ज्याने की त्या गोष्टींना भोळ्या लोकांना युद्धा करिता प्रेरित करण्यात येईल. ही तीच धडे आहे हा तोच असा बनलेला एक घटनाक्रम आहे जो आपल्या जीवनात देखील घडत असतो. फरक एवढाच आहे की ही युद्ध दोन देशांमध्ये झाली आहे आणि आपण नात्यांमध्ये या युद्धाला बघितल आहे. जो परिवार आपल्याला प्रेम देतो ज्यांच्या करिता लहानपणापासून आपण त्यांच्यासोबत राहतो जेव्हा काही कारणास्तव त्यांच्या विरोधात आपण जातो तेव्हा आपल्या डोळ्यासमोर देखील काही अशा गोष्टींच चित्र बनल्या जाते व बहुतांश वेळेस बनविला जाते जेणेकरून आपण चांगली संबंध खराब

करून वाईट संबंधांना सकारात्मक दृष्टिकोनाने बघतो ज्याचा पश्चाताप आपल्याला भविष्यात होतो. तर अशा गोष्टींना संपवण्याकरिता प्रत्येक गोष्टीला व्यवस्थितपणे समजणं अत्यंत महत्त्वाचा आपापसातील गैरसमज जर त्याच वेळेस स्पष्ट करण्याचा प्रयत्न केला तर भविष्यात तो गैरसमज कधीच निर्माण होणार हीच शिकवण आपल्याला मिळते.

धडा ३-श्रीलंकेने बघितलेली आर्थिक ढासाळणी

येत्या काही दिवसात आणखी एक दुःखद घटना बघायला मिळाली ती म्हणजे श्रीलंका या देशासोबत झालेल्या आर्थिक परिस्थितीबद्दल. वास्तविक बघता परिस्थितीला बदलायला फारसा वेळ लागत नाही चांगल्या परिस्थितीत वाईट परिस्थितीत रुपांतरीत होताना देखील बऱ्याच गोष्टी पाहायला मिळालेला आहे. त्याकरिता बहुतांश वेळेस सर्वात महत्त्वाचा मुद्दा पडतो तो म्हणजे नियोजन,कुठल्याही परिस्थिती करिता सर्वात महत्त्वाची गोष्ट असते ती म्हणजे नियोजन जर तुमच्या

नियोजनात शिस्तपणा व्यवस्थित प्रकारे आढळून येत असेल तर नक्कीच आर्थिक परिस्थिती सुरळीत चालते. परंतु गोष्ट खराब तेव्हा होता जेव्हा पैशाचा विल्हेवाट कायदेशीर गोष्टींना न लावता चुकीच्या गोष्टींना लावला की त्यात परिस्थितीला इजा होण्याची शक्यता मोठ्या प्रमाणात तयार होते. त्याकरिता एक महत्त्वाचे उदाहरण असं दिल्या जात. एक तर अत्यंत श्रीमंत परिस्थिती असायला पाहिजे. नाहीतर अत्यंत गरीब परिस्थिती असायला पाहिजे. यामागील सर्वात महत्त्वाचं कारण हे आहे की जो व्यक्ती मुळात अत्यंत श्रीमंत आहे, त्याला बहुतांश वेळेस माहिती असते की आज नुकसान झालं तरी उद्याला जाऊन ते नुकसान परत

फेडीनुसार भरून काढता येईल.आणि अत्यंत गरीब लोकांचा प्रश्नच पडत नाही कारण त्यांना खर्च करणे इतके देखील पैसे वाचून ठेवावे लागते. यात सर्वात मोठा त्रास असतो तो म्हणजे मध्यवर्गीय लोकांकरिता कारण त्यांच्याकडे निर्णय घेण्याची क्षमता जर व्यवस्थितपणे नसेल तर कदाचित उद्याला जाऊन परिस्थितीबद्दल त्यांना प्रत्येक निर्णय हा काळजीपूर्वक घ्यावा लागतो. ही तर फक्त एका परिवाराची गोष्ट झाली परंतु जेव्हा हीच परिस्थिती जेव्हा कुठल्या देशांवरती येत तेव्हा काय मनस्थिती राहत असेल हे श्रीलंकेच्या लोकांना चांगल्या प्रकारे कळलं असेल.

तर सर्वात महत्त्वाचा मुद्दा निघतो तो म्हणजे श्रीलंकाला आर्थिक त्रास कशाप्रकारे भोगावे लागले त्यांच्यावरती अशी काय परिस्थिती आली ज्यांच्या कारणास्तव या सगळ्या गोष्टींना त्यांना तोंड द्याव लागले.तर जेव्हा गोष्ट देशांची असते, तर बहुतांश गोष्टींची जी गरज भासते ज्या वस्तूंची देवाणघेवाण ही त्यांच्या देशातल्या देशात करण्याकरिता काही गोष्टींसाठी त्यांना बाहेरील देशांची मदत घ्यावी लागत. ज्याकरिता देशांचे स्वतःचे पैशाची चलन यांचा एक विभाग असतो. परंतु येत्या काही दिवसात त्यांच्या चलनावरती 2020 नंतर 70% पेक्षाही खालच्या स्तरांवरती टेकलेली होती. ज्याचा परिणाम त्यांच्या आर्थिक

स्थळांवरती येऊन दिसत होता. आणि जेव्हा या सगळ्या गोष्टींमुळे बाहेरील देशांकडून त्यांना वस्तूंची मागणी करण्याकरिता पुरेसी नव्हती.आणि या सगळ्या गोष्टींचा परिणाम त्यांच्या दररोजच्या गरजा जसे उदाहरणार्थ किराणा, पेट्रोल, गॅस या सगळ्या महत्त्वाच्या दैनंदिन जीवनात वापरण्यात येणाऱ्या गोष्टींवरती पडत गेला. एवढेच नव्हे तर त्यामुळे या सगळ्या गोष्टींच्या किमती देखील त्यांच्या सरकारला वाढवाव्या लागल्या. खरंतर प्रश्न पडण्यासारखी गोष्ट आहे की एका सामान्य घरच्या लोकांकरिता कुठलीही गोष्ट जेव्हा काही अंतरावरती किमतीत वाढ व्हायला लागत. तर त्यांना त्या गोष्टींचा बहुतांश वेळेस त्या करण्याची

वेळ येत.अशा परिस्थितीत ज्या गोष्टी दैनंदिन जीवनात अत्यंत महत्त्वाच्या त्या गोष्टींचा जर किमती वाढल्या तर परिवारांच्या देखील आर्थिक परिस्थितींवरती मोठ्या प्रमाणे फरक पडून येईल.एवढेच नव्हे तर तिथल्या काही परिस्थितीत असा देखील बदल घडून आला की त्यांना विजेची बचत करण्याकरिता प्रत्येक घरी 24 तासामधून चार तास वीज सेवा उपलब्ध करण्यात आली.विजेची बचत आणखी मोठ्या प्रमाणात व्हायला पाहिजे त्यामुळे रात्रीच्या वेळी तिथले बरेचसे स्थानिक जागेवरतील दिवाबत्तीना बंद करण्याची वेळ आली होती. अशा परिस्थितीत तिथल्या लोकांमध्ये संताप निर्माण होणे साहजिकच होते. आणि त्यामुळे

तेथील जनतेने सरकार विरुद्ध आंदोलने सुरू केली होती. सरकारच्या ऑफिस समोर जाऊन मोठ्या प्रमाणात मोर्चेला बढावा देत होते. ज्या कारणास्तव तेथे कर्फ्यू देखील लावण्यात आला होता, परंतु तरीदेखील तिथली जनता मोर्चा मागे ओढण्यास तयार नव्हती.तर श्रीलंकेच्या परिस्थितीला खालच्या स्तरावरती पोहोचण्यामागचं महत्त्वाचं कारण काय? असा प्रश्न होताच लोकांना आला असेल. खरे तर या गोष्टीचे फक्त एकच कारण असे मुळीच नाही. त्याकरिता त्यांच्यासोबत काही परिस्थितीच्या घटना देखील कारणीभूत आहे व तसेच तेथील सरकार देखील व त्यांची निर्णय यादेखील विशिष्ट स्वरूपाने या

सगळ्या गोष्टींना कारणीभूत ठरते. श्रीलंका या देशाला 12 ते 13 टक्के आर्थिक मदत ही बाहेरी देशांकडून तेथे फिरायला आलेल्या पर्यटकांची होत होती.कारण बाहेरील देशातील बहुतांश लोक तेथे फिरायला यायचे जेणेकरून त्यांना चांगल्यातली चांगली मदत होत होती. परंतु 2019 च्या काही बॉम्ब टेस्टिंग मध्ये तेथे या गोष्टींना काही कारणास्तव काही दिवसापर्यंत बंद ठेवण्यात आली. आणि याचा परिणाम मग त्यांच्या आर्थिक स्थिती वरती देखील होत होता. आणि जेव्हा 2019 मध्ये जेव्हा नवीन सरकार जिंकून आल्यानंतर त्यांनी निर्णय घेतले की 15% भरावा लागेल जेणेकरून बाहेर लोक मोठ्या प्रमाणात खर्च करेल आणि आपोआप

आर्थिक परिस्थिती श्रीलंकेची वर येईल. वास्तविक पाहता या प्रस्तावामध्ये चुकी कुठल्याही प्रमाणे आढळून येत नाही. परंतु कोणताही निर्णय घेताना सर्वात महत्त्वाचा असते ती म्हणजे वेळ ही आपण कोणता निर्णय कोणत्या वेळेवरती घेत आहोत. हा निर्णय घेतल्याच्याच काही महिन्यातच 2020 मध्ये कोरोना वायरस मुळे संपूर्ण देशभरात लॉकडाऊन लागलं. त्यामुळे त्यांच्या आर्थिक परिस्थितीला नुकसान वारंवार सहन करावा लागत होत.त्यानंतर एक आणखी सरकारने घेतलेला निर्णय होता तो म्हणजे की त्यांनी आपल्या मनोगतात व्यक्त केलं होतं की 100% श्रीलंकेमध्ये ऑरगॅनिक शेती च मोहीम पूर्णपणे करण्याचा निर्णय घेईल. जी पूर्णपणे

होण्याकरिता दहा वर्षाचा कालावधी लागेल.पण नेमकं तेव्हा तेथील काही तणनाशकांवरती बंदी घालण्यात आली. त्यांचा प्रस्ताव अतिशय व्यवस्थित होता की संपूर्ण देशात जर ऑरगॅनिक शेती करण्यात आली तर बहुतांश पिकाची बाहेर देऊन देशाकडून घेण्याची वेळ होती ती वेळ नाहीशी होईल आणि बराचसा पैसा वाचवल्या जाईल परंतु तो निर्णय कुठेतरी चुकीचा ठरला. कारण तो एका स्तरावरती घेतलेला निर्णय होता. कुठलाही गोष्टीची प्रगती नेहमी एका दिवसात दिसायला लागत नाही त्याकरिता शांत डोक्याने विचार विनिमय करून प्रत्येक गोष्टींचा भूतकाळ भविष्यकाळ वर्तमानकाळ या सगळ्या काळांचा विचार करून निर्णय

घ्यावा लागतो ज्याला मानताना देखील संपूर्ण गोष्टी या विचारपूर्वक असायला हव्या ज्यांना मानताना आणि वावरताना या सगळ्या गोष्टींची माहिती संपूर्णपणे असणे अत्यंत गरजेचे आहे. ज्याचा परिणाम श्रीलंकेला आणखी मोठ्या प्रमाणात सोसावा लागला.आणि अशा काही निर्णयांचा परिणाम त्यांना भोगाव लागत होता ज्या कारणास्त तेथील मंत्री यांनी राजीनामा देण्यास सुरुवात केली. अशा प्रकारे त्यांची परिस्थिती आणि आर्थिक अवस्था ढासळली.

त्याकरिता समाधानी असायला पाहिजे जर आपण भारतीय नागरिक आहात तर,कारण बऱ्याचश्या सवलती आपल्याला उपलब्ध करण्यात आलेले आहे संपूर्ण गोष्टी

समाधानकारक प्रगती असल्या कारणास्तव या सगळ्या गोष्टींकरिता आपल्याला त्रास बघण्याची वेळ आलेली नाही आहे. श्रीलंके सोबत जी आर्थिक अवस्थेच झालेलं नुकसान आपल्यासाठी एक शिकवण आहे की कुठल्याही गोष्टीचा निर्णय हा एका क्षणात घ्यायची गरज नाही त्याकरिता वेळ लागला तरी चालेल परंतु निर्णय हा नेहमी कायदेशीर आणि व्यवस्थित वेळ बघूनच घ्यायला पाहिजे जेणेकरून त्याचा भविष्य काही फायदा होईल. कुठल्याही गोष्टीची किंमत व्यक्तीला तेव्हाच ते जेव्हा त्याची परिस्थिती चांगल्या दृष्टिकोनाने चालत असते जेव्हा तुमची स्वतःची परिस्थिती ही खराब होत असते तेव्हा तुमच्या जवळचे लोक देखील तुमचा

साथ सोडतात. आणि देशाची आर्थिक परिस्थितीचा विचार करण्याआधी स्वतःच्या आर्थिक परिस्थितीला कशाप्रकारे सुरळीतपणे चालवता येईल याचा विचार नेहमी प्रत्येक व्यक्तीने केला पाहिजे कारण ही प्रत्येक व्यक्तीची जबाबदारी आहे. कुठल्याही गोष्टी करीत असेल आर्थिक परिस्थिती चांगली असेल तर त्याचा अर्थ असा मुळीच नाही की खर्च हे वाढवायला पाहिजे. जर परिस्थिती चांगली असेल तर अत्यंत चांगली गोष्ट आहे आणि पैशाचा विल्हेवाट हा देखील जर सुरळीत मार्गाने केला तर नक्कीच त्याचा फळ भविष्यात मिळेल. बरेच लोकांना बचत करणे आवडत नाही परंतु याचे फायदे इतके जास्त झालेले

आहे की कोणती परिस्थिती व्यक्तींवरती कशाप्रकारे येईल याचा अंदाज नसतो आणि त्यावेळेस या बचतीचा फायदा नक्कीच होतो. सध्याच्या परिस्थितीत मनुष्याची मनस्थिती अशी झालेली आहे की त्याला कुठल्याही गोष्टी समाधान लवकर मिळत नाही ज्या गोष्टी त्याच्याकडे आहे त्याच्यात आनंद न मानता ज्या गोष्टी आपल्याकडे नाही त्या गोष्टींकडे तो धावतो. म्हणून स्वतःला तितकं सक्षम बनवायला पाहिजे स्वतःच्या मनाला समजायला पाहिजे ज्या गोष्टी आपल्याकडे आहे आपण त्याच्यात देखील आनंदीत राहू शकतो. जर ऐपत नसताना ज्या गोष्टींची गरज नाही आहे त्या गोष्टींना दिखावा करण्याकरिता घेणे अत्यंत चुकीच ठरते.

संपूर्ण देशातील परिस्थिती आपल्याला एक शिकवण देऊन जाते या गोष्टीकडे बऱ्याच लोकांच लक्ष नसते. कदाचित आज जे श्रीलंका सोसत आहे उद्याला ती वेळ आपल्यावरती येऊ नाही याचा विचार प्रत्येक नागरिकांनी केला पाहिजे. परंतु सर्वात मोठी चुकीची गोष्ट ती वाटते सगळं असून देखील व्यक्ती समाधानी राहत त्याला नेहमी नवनवीन गोष्टींची गरज भासते. म्हणून परिस्थिती ना स्वीकारणं शिकायला पाहिजे ज्या गोष्टींची मुळात खरंच गरज नसेल तर त्या गोष्टींचा नाद सोडून द्यायला पाहिजे. त्याकरिता सर्वात मोठा असमाधानी पणा आताच्या पिढीवरती दिसून येतो. कोणतीही गोष्ट नवीन आल्यावर ती त्या गोष्टीला

विकत घेणे गरजेचे असते असे मुळीच नाही खरच त्या गोष्टीची जर गरज असेल तर नक्कीच घ्यायला पाहिजे परंतु त्या गोष्टीची गरज नसताना फक्त आणि फक्त दिखावा करण्याकरिता घेणे अत्यंत चुकीच असते. आणि कुठल्याही व्यक्तीची परिस्थिती ही कुठल्या दिशेने असली तरी त्याचा हास्य करण्याआधी हा विचार नेहमी केला पाहिजे की आपल्या परिस्थितीत किती वाढ आहे? त्यामुळे स्वतःची सक्षम बनण्याची तयारी असली पाहिजे आणि ज्या गोष्टी वरती आपण खर्च करत आहोत त्या गोष्टीची संपूर्णपणे किंमत असणे देखील तेवढच महत्त्वाच आहे.

धडा ४-का बरं चायनाला हव होत तायवान?

जर मानवी स्वभावाची जर गोष्ट केली तर आणखी एक महत्त्वाचा आणि बहुतांश लोकांमध्ये आढळणारा एक स्वभाव असतो तो म्हणजे लोभ. कुठलाही गोष्टीचा लोभ हा मनुष्याला कधी ना कधी धोक्याच्या मार्गावरती येण्यास भाग पाडतो. मुळात त्याचं खरं कारण हे आहे की लोभात व्यक्तीला बऱ्याच गोष्टींची समज नसते कारण त्याच संपूर्ण लक्ष हे फक्त आणि फक्त लोभात पडलेल असते ज्या कारणास्त त्याला बऱ्याच गोष्टींना सामोरे झेलावे लागत परंतु सर्वात जास्त आश्चर्य तेव्हा होते जेव्हा व्यक्तीला

संपूर्ण गोष्टींची गरज नसताना देखील त्याला लोभ असतो. तर अशाच प्रकारे काही गोष्ट चायना या देशासोबत आणि त्यांच्याच शेजारी असलेल्या तायवान या देशाशी घडलेला एक प्रसंग होता तो नुकताच काही दिवसाआधी पार पाडण्यात आला.

तर सर्वप्रथम सांगण्यात येत ते म्हणजे तायवान या देशाबद्दल, खरे तर हा एक देश म्हणण्याआधी एक लहानसा बेट होता. परंतु त्यांनी हळूहळू प्रगती करून स्वतःला एक स्वातंत्र्य देश म्हणूनच आपली जीवनशैली उत्कृष्ट प्रकारे निर्माण केलेली आहे. थोडक्यात सांगायचे म्हटल्यास सध्याच्या परिस्थितीत 15 देश यांनी त्यांना देश म्हणूनच मान्यता दिलेली आहे.आणि

यात सर्वात महत्त्वाची गोष्ट होती ती म्हणजे चायना पेक्षा तायवान या देशांमध्ये लोकशाहीमध्ये मोठ्या प्रमाणात वाढ झाली होती.परंतु जुन्या इतिहासानुसार असे सांगण्यात आलं होतं की 1989 मध्ये चायना या देशांमध्ये देखील लोकशाही आणण्याचा प्रयत्न केला होता. बरेच विद्यार्थी त्याकाळी मोठ्या प्रमाणात मोर्चा काढून लोकशाहीची मागणी करिता उतरलेले होते. परंतु त्यांच्या मागण्यांवरती फक्त मी फक्त सैनिकी गोळीबार झाल्या कारण असतं ते होऊ शकलं नाही.तर तेव्हा काही वर्षानंतर म्हणजेच सन 2000 मध्ये चायनाने तायवानकडे आपला एक आपला प्रस्ताव मांडला होता, की एका देशामध्ये दोन देश मिळून काम करूया.

तुम्ही वाटल्यास तुमचे नियम कायदे पाळून एका देशातच राहून काम करूया परंतु तायबांनी या प्रस्तावाला नकार दिला. त्यांना संपूर्णपणे स्वातंत्र्य व मोकळेपणाने त्यांच्या देशाला चालवायचं होतं.एवढंच नव्हतं काय पण या देशाला देखील चायना आपल्या देशातून काम करावे परंतु आमच्या म्हणण्यानुसार अशी इच्छा देखील त्यांची होती परंतु असे मुळीच घडले नाही. यात सर्वात महत्त्वाचा प्रश्न हा येतो की दोन देशांचा एकमेकाबद्दल सारखा प्रस्ताव होता परंतु नकार दोघांचाही सारख्या प्रमाणे मांडला गेला परंतु त्या जनतेच काय? जी त्या दोन देशांमध्ये राहत होती.खरे तर वास्तविक बघता तो सर्वात महत्त्वाचा प्रश्न पडतो कारण

की सर्वात महत्त्वाची प्रत्येक देशामध्ये जनताच असते. सगळ्या गोष्टी सवलती या जनतेच्या फायद्याच्या असाव्या अशीच प्रत्येक जनता व प्रत्येक लोक विचार करतात. तर वास्तविक बघता येथे गोष्ट वेगळीच आहे 64% तायवांचे लोक स्वतःला तायवान या देशाचे तायवाणी स्वरूपातच राहणं पसंत करतात.व तसेच 30 % लोक स्वतःला तायवान व चायनीज या स्वरूपाने स्वतःला मान्यता देतात.तर फक्त आणि फक्त दहा टक्क्यापेक्षा पण जास्त लोक स्वतःला तायवाणी समजतात चायना या देशात. त्यामुळे वास्तविक बघता एक गोष्ट समजायला मिळते ती म्हणजे की दोघांचा इतिहास हा संपूर्णपणे वेगळा आहे दोघांची

विचारसरणी ही देखील वेगळी आहे. कुठलाही गोष्टीने दोघांचा इतिहास हा सारख्या विचारांवरती बनलेला नाही आहे कुठे हुकूमशाही आहे तर कुठे लोकशाही. तर त्यामुळे त्या दोघांचा सोबत राहून पटन हे नाहीच्या बरोबरच होतं.एवढेच नाहीये तर बाहेर देशातील काही लोकांनी देखील याबद्दल आपले मनोगत व्यक्त केलेल आहे. जसे अमेरिका या देशाने तायवान या देशासोबत आपले काही संबंध देखील ठेवले आहे ज्यात अमेरिका तायवानला विशिष्ट प्रकारचे शस्त्र पुरवतो. आणि एका वक्तव्याच्या दरम्यान अमेरिकेने म्हटले देखील होते की जर चायनाने तायवांवरती कुठल्याही प्रकारचा सैनिकी हल्ला केला तर

अमेरिका देखील व तसेच जपान देखील आपली सैनिकी शस्त्रांच्या मदतीने चायनाला याच उत्तर देईल. यावरून कळतं की चायनाचे संबंध बाहेर देशासोबत थोडे बारीकच बनलेल आहे त्या मागे बरेचसे कारणे आहे. कारण बऱ्याच देशांचे नुकसान होण्यामागे देखील चायना काही प्रमाणात जबाबदार आहे. कोरोना व्हायरस मुळे बहुतांश देशांचं नुकसान हे मोठ्या प्रमाणात बघायला मिळालेल आहे.तरी ते सर्वात महत्त्वाचा प्रश्न येतो की चायना या देशाला का बरं हव आहे तायवान? तर यामागे देखील एकच उत्तर आहे ते म्हणजे चायना या देशातील "हुकूमशाही." चायना या देशात मोठ्या प्रमाणात हुकूमशाही असली तरी देखील तिथे

जितकी जास्त लोकांना प्रगती दिसत असेल तेवढेच जास्त त्यांना बहुतांश परिस्थितींना वेळोवेळी तोंड द्यावे लागत. त्यासाठी देखील त्यांच्या देशातील हुकूमशाहीचे काही निर्णय असे असतात ज्यांच्यामुळे तिथे एक स्वतःची वेगळी ओळख वेगळे नियम मांडल्या कारण असतं त्याचे बरेचसे परिणाम या देशाला मोठ्या प्रमाणात झेलावे लागतात.आणि जर या दोन देशांमध्ये जर विशिष्ट प्रकारचा ताणतणाव बघायला मिळाला तर कदाचित याची परिणाम बाहेर देशांना देखील झेलावे लागेल कारण बाहेरील देशांना मोठ्या प्रमाणात माल विक्रेतीकरिता या देशांचा मोठ्या प्रमाणात सहभाग आहे. त्यामुळे एवढेच आशा करू शकतो की या दोन्ही

देशातील राजकारणातील असणाऱ्या लोकांना थोडी परिपक्वता दाखवण्याची अत्यंत मोठ्या प्रमाणात गरज आहे. कारण कुठल्याही गोष्टीची ठिणगी ही लहान असली तरी देखील त्याचा चटकाहा मोठ्या प्रमाणात व्हायला वेळ लागत नाही आणि त्याचे रूपांतर मोठ्या क्षेत्रात व्हायला देखील फारसा वेळ लागत नाही. जर आपल्या दैनंदिन जीवनाच्या विचार सैनिक जर विचार करतो म्हटल तर एक गोष्ट नक्की आहे की कुठल्याही गोष्टीचा लोभ अति प्रमाणात करणे कधी कधी चुकीच्या मार्गावरती देखील आपल्याला घेऊन जाऊ शकते. त्यामुळे कुठल्याही गोष्टीचा एकदम आहारी जाण्याआधी नक्की विचार करायला पाहिजे.

आणि कुठल्याही गोष्टीची एक व्यवस्थितपणे बनलेली सीमा असते ज्या सीमेला पार करण्याची गरज नसते. मुळात सांगायचं तात्पर्य हेच आहे की जर गरज नसताना वाद-विवाद घालून आणि गोंधळ करून कोणतीही गोष्ट साध्य होत नाही त्यामुळे परिस्थितीला बघून आवाज वाढविणे किंवा कमी करणे या संपूर्ण गोष्टींची एक समाज असली पाहिजे. त्यामुळे बहुतांश वेळेस जर शांतता पाळली तर बरेचसे प्रश्न आपोआप सुरळीतपणे सोडविल्या जातात

धडा ५-भारतातील विभाग 295 चा भडका

लोकांना माहिती असेल की जेव्हा आपल्या कडून कुठल्याही गोष्टीची जेव्हा हालचाल होते तेव्हा त्यामागे बहुतांश वेळेस काही हेतू असतो. बऱ्याचदा त्या हेतू मागे चुका देखील होतात. परंतु व्यक्ती जेव्हा ते चुकांना दुरुस्त करण्याची ताकद ठेवतो. तेव्हा आपोआप त्याच्यामध्ये एक चांगल्या प्रकारची सुधारणा होते. जी खरे तर प्रत्येक व्यक्तीने पाळायला पाहिजे. परंतु गोष्ट तेव्हा बिघडतं जेव्हा तुमच्या चुकीमुळे त्यात बदल करण्याऐवजी त्या गोष्टीला संपूर्ण ठिकाणी पसरवून आपल्या सभोवताली वातावरणात एक

चुकीचा संदेश देऊन लोकांना त्यात सहभागी करण. आपले भारतात बरीचशी संविधान असे देखील बनवले आहे की त्यांच्या मार्फत काही कायदे नियम यांचा पालन करून देश सुरळीतपणे चालला पाहिजे. दिवसेंदिवस संपूर्ण जगभरात सोशल मीडियाद्वारे संदेश पोहोचवल्या जातो तो फक्त आणि फक्त लोकांना संपूर्ण गोष्टींची जाणीव आणि माहिती असावी म्हणून. परंतु सोशल मीडिया द्वारे संदेश हा चुकीच्या मार्फत व्यक्त करण्याचाहेतू बहुतांश लोकांना आणि सभोवताली लोकांना देखील डोकेदुखी होऊन जातो.

तर असच भारतामध्ये एप्रिल 2022 मधील ही एक गोष्ट आहे. ज्यात एका

संशोधनात भेटलेल्या वस्तूला जेव्हा संशोधन सुरू होतं तेव्हा त्याची फोटो सोशल मीडियाद्वारे संपूर्ण ठिकाणी पसरला गेली ज्या काही लोकांचं म्हणणं असं होतं की ही वस्तू शिवलिंग आहे. तर याच गोष्टीचा विषय लोकांकडनं गमती द्वारे वाढविण्यात आला. तर यात सर्वात महत्त्वाची गोष्ट ही येतो की कुठल्याही संदेश पसरवताना कुणाच्याही भावनांना त्यांच्या धर्मांना इजा पोहोचणार नाही याची दक्षता घ्यायला पाहिजे. आणि त्या कारणास्तव संपूर्ण ठिकाणी संताप मोठ्या प्रमाणात पाहायला मिळाला.त्यात एका कॉलेजच्या एका प्राध्यापकाच्या हातून त्या गमतीची एक पायरी वर जाऊन हा संताप आणखी मोठ्या प्रमाणात वाढला. ज्या

कारणास्तव त्यांना अटक देखील करण्यात आली. बरेच लोक त्यांच्या पाठीशी उभी देखील झाले व बरेच लोकांनी त्यांचा विरोध देखील केला.तर अशा परिस्थितीत कायदे नियमातील विभाग 295 याचा अर्थ होतो की या मार्फत तुम्ही कुठल्याही धर्मावरती अपशब्दात त्यांचे वर्णन करू शकत नाही. आणि या कायद्याचा अर्थ कुठल्याही समाजाचा व धर्माचा यांच्यावरती इजा पोहोचल्या जाणार नाही याची दक्षता संपूर्ण लोकांनी घ्यायला पाहिजे. परंतु तरीदेखील याच्या विरोधात बहुतांश लोकांनी त्या छोट्याशा सोशल मीडिया पोस्टद्वारे संपूर्ण ठिकाणी मजाक उडवल्या गेली. याचा परिणाम काही लोकांनी दुसऱ्या धर्मातील

लोकांचा थट्टा बनवून केला. जो अत्यंत चुकीच्या मार्फत बघितल्या जातो. खरे तर टीव्ही वरती बरेच न्यूज चॅनल देखील या विषयाला प्रकाशित करत असताना देखील त्यांच्या वाद-विवाद स्पर्धेत सहभागी झालेले लोक देखील संपूर्ण गोष्टीचा भान विसरून दुसऱ्यांच्या धर्मांचा अपमान देखील अनुचित भाषेत करत होती. जो वास्तविक बघता या सगळ्या गोष्टींना संताप करण्यासाठी मोठ्या प्रमाणात प्रेरित करत होता. संपूर्ण गोष्टीत या सगळ्या गोष्टींना विसरून जातात या देशात आपण सगळ्यांनी मिळून मिसळून राहायला पाहिजे. आणि जर कुठली गोष्ट पटत नसेल तर त्यामागे दुसऱ्यांना खालच्या दर्जाच्या भाषेत बोलून मोकळे होणे

म्हणजे कुठल्याही प्रकारचा मार्ग नव्हे.एवढेच नव्हे तर बऱ्याचदा चे कायदे नियम बनवले गेलेले आहे त्यांचा गैरवापर देखील त्यावेळी पाहायला मिळत होता. भारतात आपले विचार मांडण्याचा हक्क सगळ्यांना नाही परंतु याचा अर्थ असा नाही की तुम्ही त्या हक्काचा गैरवापर कुठल्याही धर्माला अपमानित करून व्यक्त कराल. जर बाहेर देशातील युरोप भागातील देशांचं स्पष्टपणे मनोगत होतं की आम्ही आमच्या देशांमध्ये संपूर्ण हक्क दिलेले आहे कुठल्याही जातीला धर्माला बोलण्याचा.परंतु भारत या देशांमध्ये या सगळ्या गोष्टींना मान्यता नसल्याकारण असतं तुम्हाला नियम कायदे या सगळ्या गोष्टींचा भान ठेवणे अत्यंत

गरजेचे आहे. जर तुमच्च्या धर्मांचा कोणी अपमान करत असेल तर ही अत्यंत चुकीची गोष्ट आहे परंतु त्या कारणास्तव तुम्ही त्यांच्या धर्मांचा अपमान करून कुठल्याही प्रकारचं उत्तर मिळवून घेत नाही आहे.एक सर्वांत महत्त्वाची ही आहे की ज्या गोष्टी करिता व्यक्तीला माफी हवी असते त्याकरिता तू सुख सुधारण्याची तयारी ठेवतो. परंतु जेव्हा टीव्ही वरती बघताना एक चूक तीन चॅनेल वरती सारख्या प्रमाणे बघायला मिळाली यावरून कळतं की व्यक्तीच्या तोंडातून चुकीचे आणि भान नसताना निघालेले शब्द नव्हते. ते मुद्दाम आपली मत आणि राग व्यक्त करण्याची एक प्रतिक्रिया होती जी त्यांनी तिथे मांडली होती. वास्तविक

बघता जेव्हा कुठलीही गोष्ट चुकीची असेल तर ती चुकीचीच असायला पाहिजे जर कोणीही करत असेल तरी आणि जर बरोबर गोष्ट असेल तर बरोबरच असायला पाहिजे जर कोणीही करत नसेल तरी. यात सर्वात आणखी एक महत्त्वाची गोष्ट होती ती म्हणजे आताच्या सध्याच्या परिस्थितीत सिनेमा बघायची सवय संपूर्ण लोकांना आणि ती असायला देखील पाहिजे की तुमच्या मनोरंजनाचा तो एक भाग आहे काही वेळा पुरतं तुम्हाला मनोरंजन करण्याकरिता बऱ्याच गोष्टी आहे त्यातील सिनेमा देखील एक महत्त्वाचा भाग आहे. पण काही सिनेमा वरती 100% बंदी घालायला पाहिजे त्या सगळ्या गोष्टींवरती ज्यातून धर्मांवरती एक

चुकीचा नकारात्मक संदेश मिळत असेल तर. कारण तुम्ही कुठल्याही धर्मांना सिनेमे द्वारे मनोरंजन करण्याकरिता जर त्याचा वापर करत असेल तर नक्की त्यावरती कारवाई करायला पाहिजे. तुमच्या सिनेमे द्वारे जर कुठल्या धर्माला जर त्यातील काही गोष्टींना तुम्हाला व्यक्त करायचा असेल तर त्यांना दाखवण्याची पद्धत ही 95% चुकीच्या मार्फत वापरल्या जाते. ज्याकरिता देखील लोक जबाबदार ठरतात कारण त्यांच्या धर्माविषयी आवाज उठवणारा कुठलाही व्यक्ती आढळत नसल्या कारणामुळे. या संपूर्ण गोष्टीत एक गोष्ट बघायला मिळतात ती म्हणजे शिक्षण किती महत्त्वाची गोष्ट

जेव्हा कुठलाही व्यक्ती सुशिक्षित दर्जाने मेहनत करून ज्या संपूर्ण शिक्षण

चांगल्या मार्फत पार पाडतो, तेव्हा त्याच्यात एक विशिष्ट प्रकारची परिपक्वता निर्माण होते. आणि बहुतांश वेळेस बघायला मिळालेला आहे की जो व्यक्ती सुशिक्षित दर्जाचा असतो तो तेवढाच समजदार देखील असतो. कारण तू कुठल्याही गोष्टींना कोणत्या मार्फत समजायला पाहिजे याची तो पारख ठेवतो. एवढेच नव्हे तर आणखी एक महत्त्वाची गोष्ट बघायला मिळते ती म्हणजे की काही कायदे नियम ज्यांना बरेच लोक पाळण्याचा प्रयत्न करतात परंतु या सगळ्या दंग्यांमुळे लोक व्यवस्थितपणे ते पाळू शकत नाही.

एवढेच म्हणू शकतो जर कुठल्याही धर्मावरती जर लोक आपली टिपणी चुकीच्या मार्फत पोहोचवून लोकांना संताप आणण्यास जर भाग पाडत असेल तर त्यांच्या वरती कारवाई व्हायलाच पाहिजे. कारण येणाऱ्या पिढींकरिता या सगळ्या गोष्टींचा धडा अत्यंत महत्त्वाचा ठरणार आहे.

धडा ६- या नवीन इतिहासाचा एक नवीन निष्कर्ष

वास्तविक बहितल तर तर कुठलीही गोष्ट जेव्हा या जगात घडते तर त्यातून काहीतरी शिकवण घ्यायचा प्रयत्न केला पाहिजे. कारण सृष्टीत जेव्हा कुठलीही वाईट गोष्ट घडत असेल तर त्या गोष्टीकडे बारकाईने बघितलं पाहिजे जग काहीतरी शिकवायचा प्रयत्न करत आहे. ही गोष्ट तेवढीच खरी आहे की दिवसेंदिवस जगाने प्रगती देखील मोठ्या स्तरावरती केलेली आहे परंतु जितकी मोठी प्रगती करण्याकरिता तो मेहनत घेतो तेवढेच त्याच्यासोबत वाईट देखील होण्याची शक्यता मोठ्या प्रमाणात असते ज्या

कारणास्त बहुतांश वेळेस त्याला काही गोष्टींना सामोरे देखील जावे लागते. परंतु जेवढा जास्त वाईट अनुभव येतो तेवढे त्याची मनस्थिती आणखी दृढ आणि मजबूत होण्यास मदत करते. त्यामुळे आयुष्यातील प्रत्येक धड्यांना विशिष्ट दृष्टिकोनाने बघितले पाहिजे ज्या कारण असतं तुम्हाला भवितव्य घडविण्याकरिता मोठ्या प्रमाणात साथ मिळेल. या संपूर्ण 2022 मध्ये जगभरातील झालेल्या काही घडामोडी होत्या ज्या मांडण्यात तर आल्या परंतु काही दिवस त्यावरती चर्चा देखील करून लोक आता आपल्या आयुष्यात या सगळ्या गोष्टींना विसरून देखील गेले असेल. परंतु जर व्यवस्थित दृष्टिकोनाने बघितलं तर हे धडे

आपल्या जीवनाशी निगडित देखील बनल्याप्रमाणे आहे. वास्तविक बघता देशातील रचना काही कायदे व तसेच बरेच अशे नियम संपूर्ण लोकांना आपले नुसार बदल व्हायचे आहे परंतु हा विचार करत नाही की जेव्हा कुठलाही बदल स्वतःमध्ये आणून चांगल्या मार्गांनी व सकारात्मक दृष्टिकोन आणि जेव्हा जागृतीचा निर्माण करण्याचा प्रयत्न करतो तेव्हा जग जगणे आणखी सविस्तर आणि आनंदी होण्यास मदत देखील झाले असते. वास्तविक बघता आणखी एक गोष्ट बघण्यात सारखी आहे ती म्हणजे या संपूर्ण इतिहासाला कदाचित येणाऱ्या पिढींना माहिती करून घेण्याकरिता बरीच वर्ष आहे. तोपर्यंत इतिहासात आणखी मोठ्या प्रमाणात

बदल देखील घडून येईल. कारण या इतिहासाला आणखी वेगळ्या दृष्टिकोनाने दाखवण्याचा हेतू काही मोठ्या लोकांचा स्वार्थ्यामागे लपलेला राहील. कारण सध्याच्या परिस्थितीत काही गोष्ट या स्वार्थाच्या मार्फत बनलेल्या नियम व कायद्यानुसार देखील चालविल्या जातात जे लोकांना कळतं लोकांना त्याविषयी संपूर्ण प्रकारची जाणीव देखील असते परंतु मुळात त्यांच्या हातात तो कारभार नसतो. त्यामुळे साधा नागरिक याबद्दल काहीही करू शकत नाही. वास्तविक बघता दिवसेंदिवस लोकांच्या मनात तो मोठेपणा बघायला मिळत नाही जो काही पिढ्यान आधी बघायला मिळत होता. खरे तर काही

विद्यार्थ्यांमध्ये ती जिद्द देखील बघायला फारशी दिसत नाही. जिद्द आहे तर फक्त आणि फक्त चुकीच्या गोष्टींची ज्यावरती आळा देणे अत्यंत महत्त्वाचे आहे. अशा घटनांमुळे आता जे आई वडील देखील त्यांच्या मुलांना कुठल्याही गोष्टी करिता रागावताना बऱ्याचदा विचार करतात त्यांना भीती असते की रागाच्या भारात आपल्या मुलाने/मुलीने चुकीची पाऊल टाकून आपल्या भवितव्य खराब केले नाही पाहिजे. दैनंदिन दिवसात विशिष्ट प्रकारच्या चर्चेत कुठल्याही गोष्टींना दर्शविण्याचा मार्ग चुकीचा असल्याकारण असता समाजात चुकीचा संदेश पोहोचल्यामुळे लोकांमध्ये मोठ्या प्रमाणात संताप देखील बघायला मिळतो. या देशातील

आपापसातील शीतयुद्धांद्वारे संपूर्ण लोकांना बहुतांश गोष्टींना सहन करावे लागते. त्यामुळे वास्तविक बघता आपण असे म्हणू शकतो की या देशातील होणाऱ्या वादविवादात एक शिकवण देखील लपलेली आहे, ती म्हणजे अशी की तुमच्च्या सभोवताली लोकांना जर चांगल्या प्रकारे वागणूक दिली तर कदाचित होऊ शकते की तुमचे बरेचसे प्रश्न आपापसातील मतभेद काही प्रमाणात कमी होऊन जाईल. कारण प्रत्येक व्यक्तीचा स्वभाव त्याचा वागणं यात सारखेपणा मुळीच राहू शकत नाही प्रत्येक व्यक्तीचा प्रवास वेगळा विचार करण्याची संधी वेगळी आहे त्याच्च्या सभोवताली निर्माण झालेला वातावरण वेगळा ज्या कारणास्तव त्याच्च्या

मनोगतात देखील एक विशिष्ट भावना जी बाकी लोकांपेक्षा वेगळ्या दृष्टिकोनाने बनलेली असते.परंतु जर जिव्हाळा आणि प्रेमाने जर कुठल्या व्यक्तीला जर तुम्ही वागणूक दिली तर कदाचित होऊ शकते की तो आपल्या भावनांना चांगल्या दृष्टिकोनाने समजण्याचा प्रयत्न करेल. एक आणखी सर्वात महत्त्वाची गोष्ट असते ती म्हणजे प्रत्येक गोष्टीचा नाद असणे वेगळी गोष्ट आहे आणि प्रत्येक गोष्ट तुम्हाला हवी असणे ही वेगळी गोष्ट आहे. जसे उदाहरणार्थ कुठल्या व्यक्तीला जर तुम्ही आवडत नसाल तर जबरदस्ती त्याच्यासोबत नातं बनवण्याचा प्रयत्न करणार ही चुकीची गोष्ट आहे. कारण नातं जोडण्याकरिता दोन्ही

बाजूंनी सारखे प्रयत्न अपेक्षित असते. परंतु जर तुमच्यातला अहंकार बाहेर आणून तुम्ही जर त्या गोष्टीला साध्य करण्याचा प्रयत्न करत असेल तर तुम्ही तुमचा वेळ आणि मान या दोन्ही गोष्टींना स्पष्ट भाषेत त्याग करून घेत आहेत ज्याचा भविष्यात तुमचा अपमान होण्यास कारणीभूत ठरू शकतो.कुठलेही व्यक्तीच्या भावनेंचा जर तुम्ही टीका टिपणी करून जर हास्य बनविण्याचा प्रयत्न करत असाल तर एवढी तयारी ठेवायला पाहिजे की ते हास्य भविष्यात तुमच्या नशिबात जन्मले नाही पाहिजे. ज्या कारणामुळे बहुतांश वेळेस तुम्हाला चुकीचे पाऊल उचलायला प्रेरित करू शकते. साध सोप्या भाषेत जर सांगायचं असल्यास जर दुसऱ्यांची मदत करण्यात

तुम्हाला कमीपणा किंवा इच्छा होत नसेल तर निदान त्यांच्या वाईट परिस्थितीत स्वतःची टिपणी देऊन मनोगत व्यक्त करण्याची देखील काहीच आवश्यकता नाही आहे. कारण देश हा खूप मोठा असतो त्यात दररोज हजारो प्रश्न उभे होतात त्यांची उत्तरे शोधण्याकरिता वर्षे देखील चालले जातात परंतु काही प्रश्नांची उत्तरे ही सरकारला देखील माहिती नसते त्यामुळे वारंवार सरकारला टीका टिपणी करून वेळ घालविण्यापेक्षा ज्या गोष्टीत जे नियम कायदे बनलेले आहे यांना पालन करण्याची जबाबदारी प्रत्येक नागरिकांची आहे.आणि जोपर्यंत कुठल्याही गोष्टींना तुम्ही स्वीकारण्याचा प्रयत्न करण्यासाठी मागेपुढे

बघाल. तर तुम्हाला संपूर्ण गोष्टीतच चुकीच्या भावना आढळतील.या संपूर्ण गोष्टींचा परिणाम तुमच्या दैनंदिन जीवनावरती देखील पडू शकते कुठल्याही गोष्टी तुम्ही आनंद शोधण्यास असमर्थ घोषित व्हाल. कोणत्याही व्यक्तीने जर तुमच्यावरती एक छोटीशी टिपणी जर केली तर त्याचा संताप बनवून त्या गोष्टीला वाढविण्यात काहीच अर्थ नाही आहे. कारण प्रत्येक लोकांवरती तुम्ही दगडफेक करून तुमच्या चुकींना लपवू शकणार नाही. त्यामुळे कुठल्याही गोष्टींवर ती नेहमी आपलं मनोगत व्यक्त करून गोष्टीला मोठा करण्यात कुठलेही प्रकारची समजदारी नाही आहे. संपूर्ण दृष्टिकोनाने एवढेच म्हणता येईल की जगात

लाखो समस्या आहे त्यांचे उत्तर शोधण्यास बरीच लोक रोज प्रयत्न देखील करतात, परंतु त्याची उत्तरे मिळविण्याकरिता त्यांना पाहिजे तशी मदत होत नाही. जी अत्यंत दु:खाची गोष्ट आहे. आणि एवढेच नव्हे तर या जगात संपूर्ण लोक स्वतःचाच विचार करतात. त्यामुळे तुम्ही तुमचे मित्र व तुमचा परिवार यांची काळजी घेऊन जरी त्यात तुम्ही प्रसन्नता आणि आनंदाचा वातावरण निर्माण करण्यास समर्थ ठरले तरी ही सर्वात मोठी संपत्ती असल्याप्रमाणे राहील. त्यामुळे दररोज फक्त स्वतःच्या भविष्याला चांगलं करण्याचा प्रयत्न जरी केला तरी देखील या नवीन इतिहासाला तुम्ही अनुभवाच्या रूपाने बघून जगत आहात असे म्हटले जाई

लेखक - श्रेयस घाडगे

(B TECH CIVIL ENGINEERING)

श्रेयस घाडगे यांची पुस्तके

1- unstoppable miracles.

2- 15 changes of life.

3-the pursuit of an imaginary soul.

3- freedom is still incomplete.

4- The magician of your life.

5- True feelings of marriage.

 (सगळी पुस्तके ॲमेझॉन आणि फ्लिपकार्ट वरती अशा स्थळावरती उपलब्ध आहे.)

लेखक श्रेयस घाडगे यांचा संपर्क -

shreyas.ghadge154@gmail.com